Impressum
Verlag: BABADADA GmbH, Nedderfeld 112 , 22529 Hamburg
Geschäftsführer / Verlagsleitung: Harald Hof
Druck: Books on Demand GmbH, In de Tarpen 42, 22848 Norderstedt

Imprint
Publisher: BABADADA GmbH, Nedderfeld 112 , 22529 Hamburg, Germany
Managing Director / Publishing direction: Harald Hof
Print: Books on Demand GmbH, In de Tarpen 42, 22848 Norderstedt

ysgol
shule

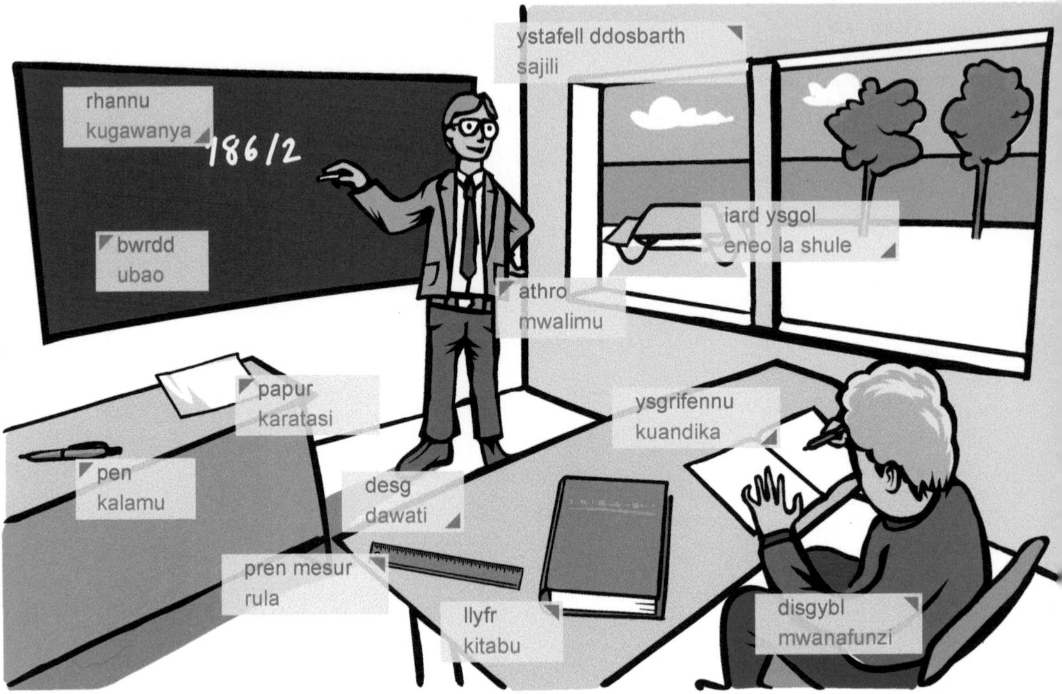
ystafell ddosbarth
sajili
rhannu
kugawanya
186/2
bwrdd
ubao
iard ysgol
eneo la shule
athro
mwalimu
papur
karatasi
ysgrifennu
kuandika
pen
kalamu
desg
dawati
pren mesur
rula
llyfr
kitabu
disgybl
mwanafunzi

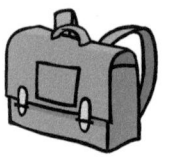

bag ysgol

mkoba

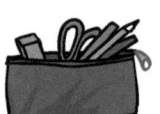

blwch penselau

kikasha cha penseli

pensil

penseli

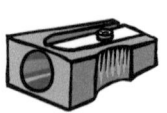

miniwr

kichonga penseli

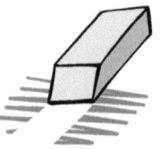

rwber

mpira

pad arlunio

pedi ya kuchora

draw

uchoraji

brws paent

brashi ya rangi

blwch paent

sanduku la rangi

siswrn

mkasi

glud

gundi

llyfr ysgrifennu

daftari

gwaith cartref

kazi ya nyumbani

12

rhif

nambari

2+2

ychwanegu

jumlisha

5-2

tynnu

ondoa

2×2

lluosi

zidisha

cyfrifo

kokotoa

A

llythyren

barua

ABCDEFG HIJKLMN OPQRSTU VWXYZ

gwyddor

alfabeti

hello

gair

neno

testun

maandishi

darllen

kusoma

sialc

chaki

gwers

somo

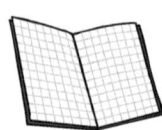

cofrestr

sajili

arholiad

uchunguzi

tystysgrif

cheti

gwisg ysgol

sare za shule

addysg

elimu

gwyddoniadur

elezo

prifysgol

chuo kikuu

microsgop

darubini

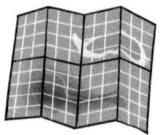

map

ramani

basged papur gwastraff

kikapu cha kuweka karatasi chafu

teithio
usafiri

gwesty
hoteli
Grand
hostel
hosteli
ROOMS
swyddfa gyfnewid
ofisi ya ubadilishanaji
EXCHANGE
cês dillad
sanduku
car
gari

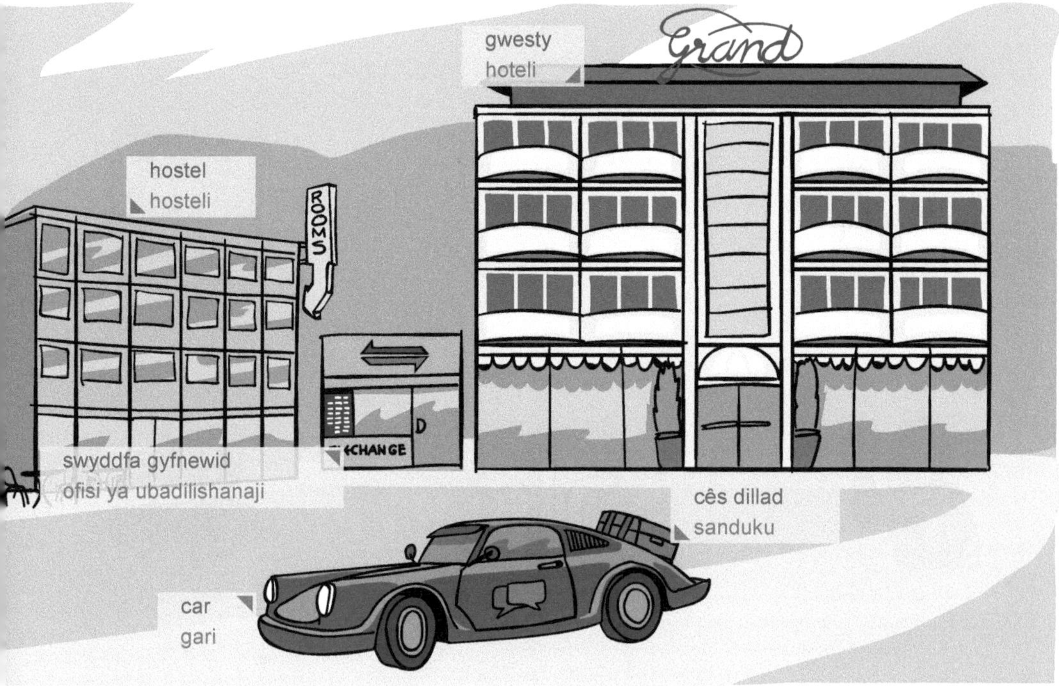

iaith
lugha

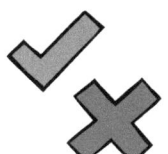

ie / na
ndiyo / la

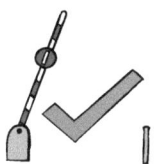

iawn
sawa

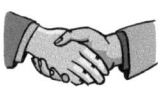

helo
hujambo

cyfieithydd
mtafsiri

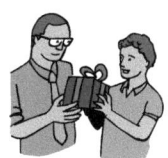

Diolch yn fawr
Asante

faint yw ...?

kiasi gani ni ...?

Dw i ddim yn deall

Sielewi

problem

tatizo

Noswaith dda!

Jioni njema!

Bore da!

Habari za asubuhi!

Nos da!

Usiku mwema!

hwyl

kwa heri

cyfarwyddyd

mwelekeo

bagiau

mizigo

bag

mfuko

gwarbac

shanta

gwestai

mgeni

ystafell

chumba

sach gysgu

begi la kulalia

pabell

hema

gwybodaeth i ymwelwyr

taarifa ya utalii

traeth

ufuo

cerdyn credyd

kadi

brecwast

kifunguakinywa

cinio

chakula cha mchana

swper

chakula cha jioni

tocyn

tiketi

lifft

kuinua

stamp

muhuri

ffin

mpaka

tollau

mila

llysgenhadaeth

ubalozi

fisa

visa

pasbort

pasipoti

cludiant
usafiri

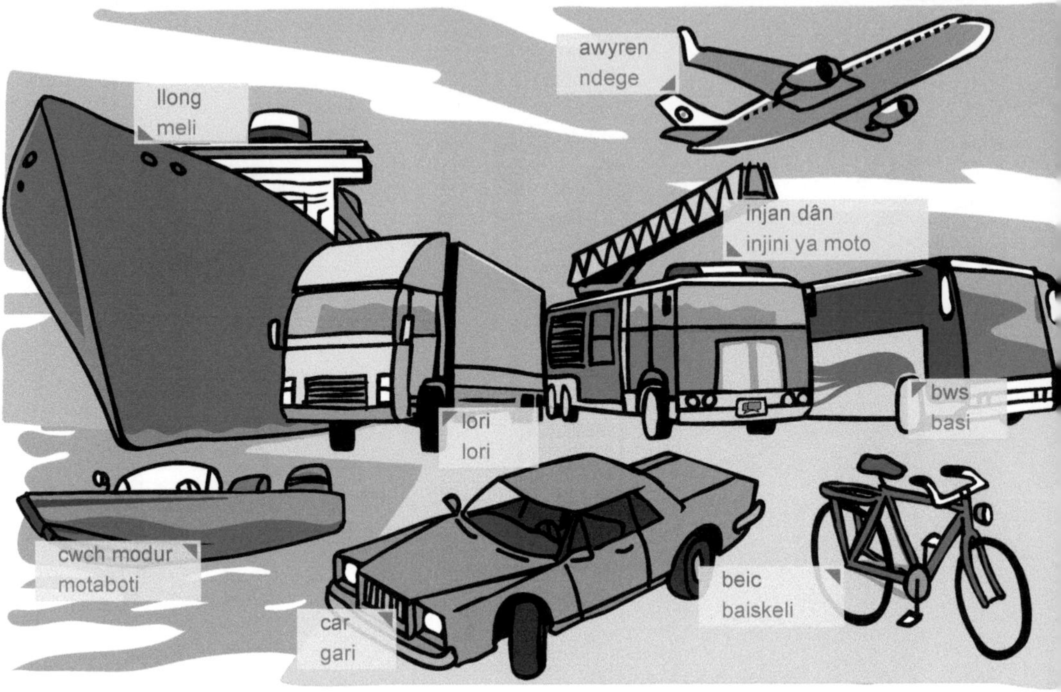

awyren
ndege
llong
meli
injan dân
injini ya moto
bws
basi
lori
lori
cwch modur
motaboti
beic
baiskeli
car
gari

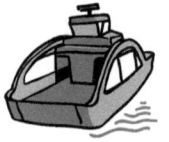

fferi
feri

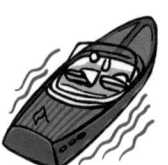

cwch
mashua

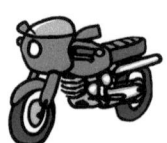

beic modur
pikipiki

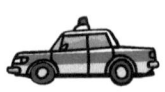

car yr heddlu
gari la polisi

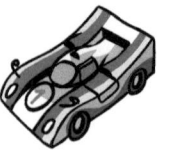

car rasio
gari la mashindano

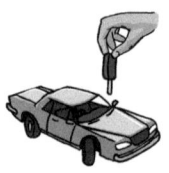

car wedi'i rentu
gari la kukodisha

rhannu car

kushiriki gari

lori tynnu

lori la kuvuta

lori ysbwriel

ukusanyaji taka

modur

motor

tanwydd

mafuta

gorsaf betrol

kituo cha mafuta

arwydd traffig

ishara trafiki

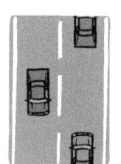

traffig

trafiki

tagfa draffig

msongamano

maes parcio

maegesho

gorsaf drennau

kituo cha treni

traciau

reli

trên

garimoshi

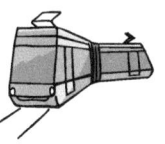

tram

tremu

wagen

gari la mizigo

hofrennydd

helikopta

maes awyr

uwanja wa ndege

tŵr

mnara

teithiwr

abiria

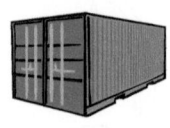

cynhwysydd

chombo

paced

katoni

cert

mkokoteni

basged

kikapu

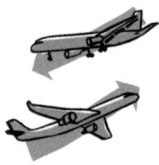

esgyn / glanio

ondoka

dinas

jiji

pentref

kijiji

canol y ddinas

katikati ya jiji

tŷ

nyumba

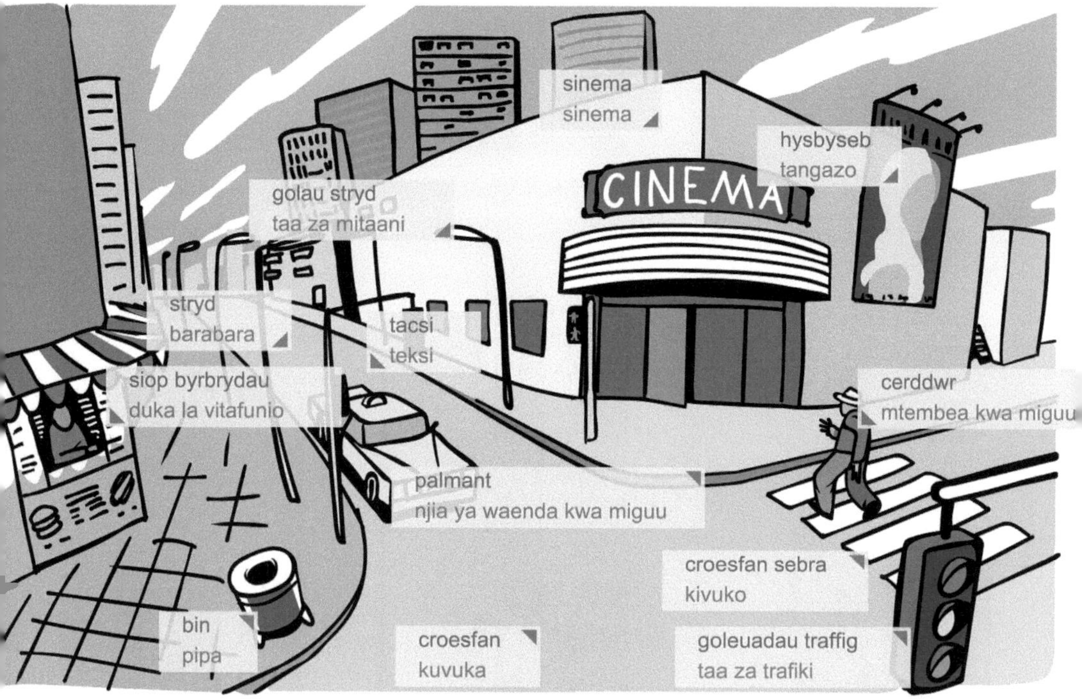

sinema
sinema

hysbyseb
tangazo

golau stryd
taa za mitaani

CINEMA

stryd
barabara

tacsi
teksi

siop byrbrydau
duka la vitafunio

cerddwr
mtembea kwa miguu

palmant
njia ya waenda kwa miguu

croesfan sebra
kivuko

bin
pipa

croesfan
kuvuka

goleuadau traffig
taa za trafiki

cwt
....
kibanda

fflat
....
gorofa

gorsaf drennau
....
kituo cha treni

neuadd y dref
....
ukumbi wa mji

amgueddfa
....
Makavazi

ysgol
....
shule

prifysgol

chuo kikuu

banc

benki

ysbyty

hospitali

gwesty

hoteli

fferyllfa

duka la dawa

swyddfa

ofisi

siop lyfrau

duka la kitabu

siop

duka

siop flodau

duka la maua

archfarchnad

dukakuu

farchnad

soko

siop adrannol

idara ya kuhifadhi

siop bysgod

mwuza samaki

canolfan siopa

kituo cha ununuzi

harbwr

bandari

parc

Hifadhi

banc

benki

pont

daraja

grisiau

vidato

rheilffordd danddaearol

chini ya ardhi

twnnel

handaki

safle bws

kituo cha mabasi

bar

bar

bwyty

mgahawa

blwch post

sanduku la posta

arwydd stryd

ishara ya barabara

mesurydd parcio

mita ya maegesho

sŵ

bustani ya wanyama

pwll nofio

kidimbwi cha kuogelea

mosg

msikiti

fferm

shamba

llygredd

uchafuzi

mynwent

makaburini

eglwys

kanisa

maes chwarae

uwanja wa michezo

teml

hekalu

tirwedd

mazingira

deilen
jani

arwydd cyfeirio
ishara ya mwelekeo

ffordd
njia

dôl
malisho

carreg
jiwe

coeden
mti

heiciwr
mtembeaji wa masafa

afon
mto

glaswellt
nyasi

blodyn
ua

cwm
bonde

bryn
kilima

llyn
ziwa

coedwig
msitu

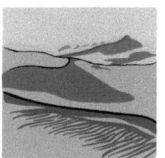

anialwch
jangwa

llosgfynydd
volkano

castell
ngome

enfys
upinde wa mvua

madarchen
uyoga

palmwydden
mtende

mosgito
mbu

pryf
kuruka

morgrugyn
chungu

gwenyn
nyuki

pryf copyn
buibui

chwilen

mende

llyffant

chura

gwiwer

kuchakuro

draenog

nungunungu

ysgyfarnog

sungura

tylluan

bundi

aderyn

ndege

alarch

swan

baedd

nguruwe mwitu

carw

kulungu

elc

aina ya kongoni

argae

bwawa

tyrbin gwynt

tabo ya upepo

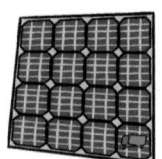

panel haul

nishaji ya jua

hinsawdd

hali ya hewa

bwyty

mgahawa

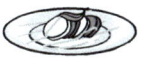

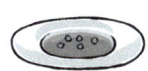

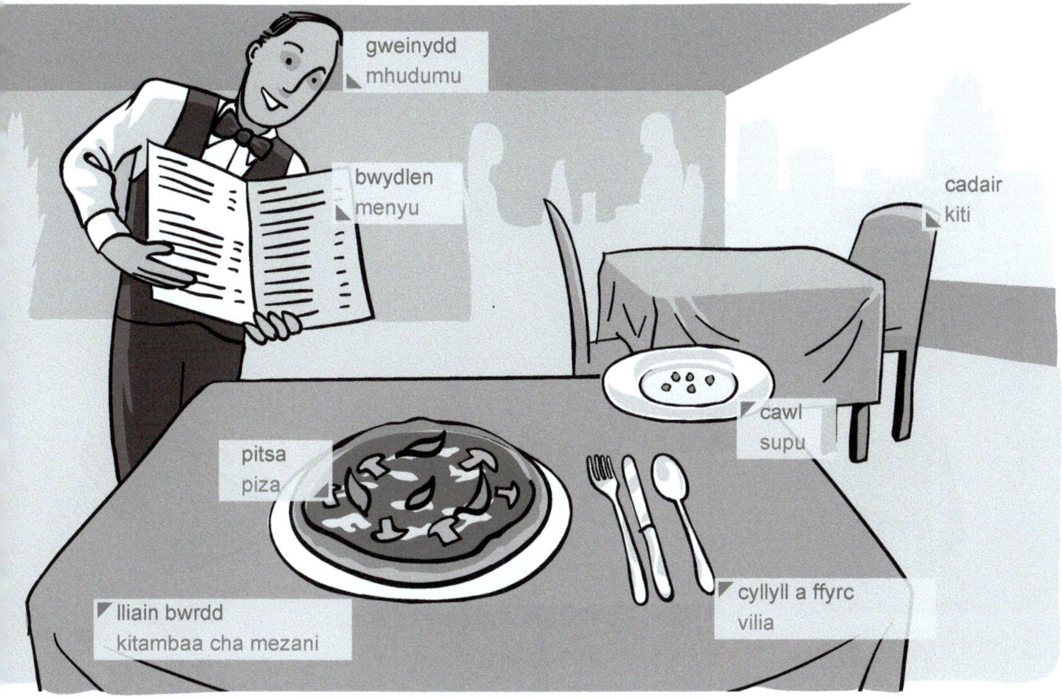
gweinydd
mhudumu
bwydlen
menyu
cadair
kiti
cawl
supu
pitsa
piza
lliain bwrdd
kitambaa cha mezani
cyllyll a ffyrc
vilia

cwrs cyntaf

kiamsha hamu

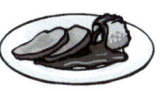

prif gwrs

kozi kuu

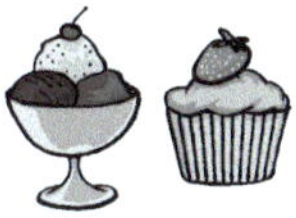

pwdin

kitindamlo

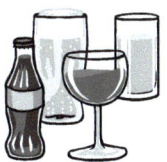

diodydd

vinywaji

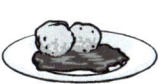

bwyd

chakula

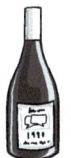

potel

chupa

bwyd cyflym

chakula cha haraka

bwyd y stryd

Streetfood

tebot

buli

powlen siwgr

kisanduku cha sukari

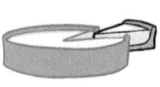

dogn

sehemu

peiriant espresso

mashine ya espresso

cadair plentyn

kiti kirefu

bil

muswada

hambwrdd

trei

cyllell

kisu

fforc

uma

llwy

kijiko

llwy de

kijiko cha chai

napcyn

nepi

gwydr

glasi

plât

sahani

plât cawl

sahani ya supu

soser

sufuria

saws

mchuzi

pot halen

kichanyaji chumvi

melin bupur

kinu cha pilipili

finegr

siki

olew

mafuta

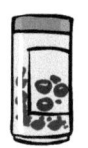

sbeisys

viungo

saws coch

kechapu

mwstard

haradali

mayonnaise

kachumbari nzito

archfarchnad
dukakuu

cynnig arbennig
ofa maalum
FOR
cwsmer
mteja
cynnyrch llaeth
maziwa
ffrwythau
matunda
troli
toroli

BUTCHERS

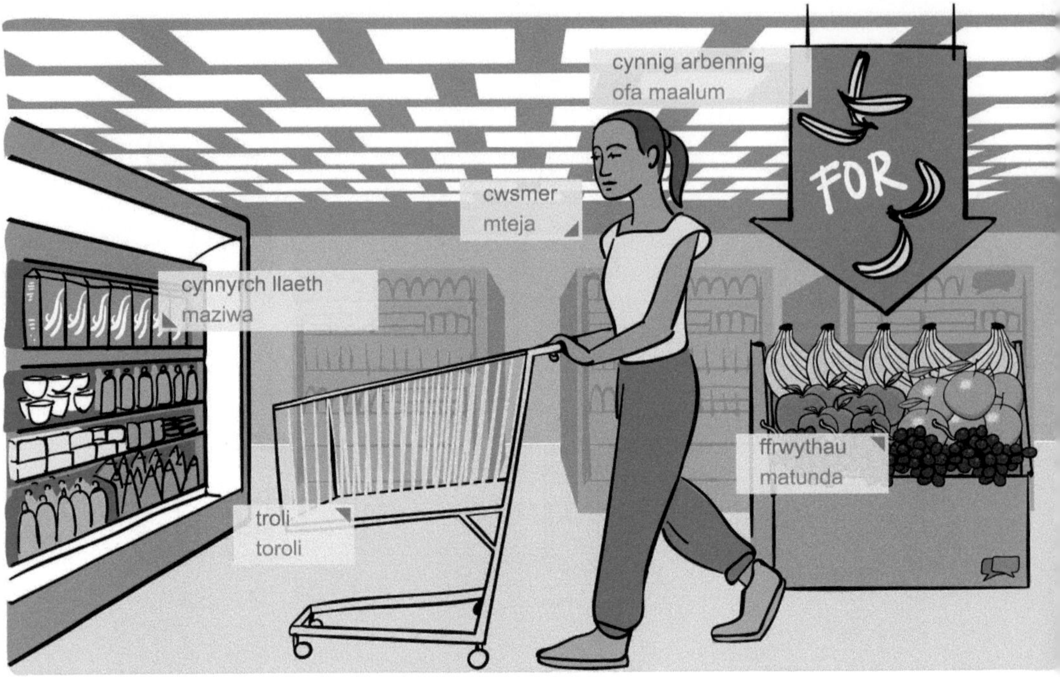

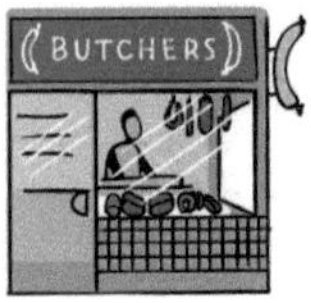

siop gig

mchinjaji

BAKERY

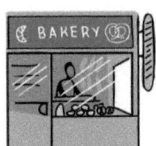

siop fara

mwokaji

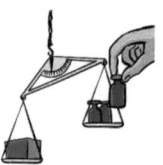

pwyso

uzito

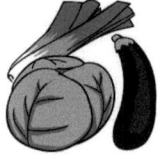

llysiau

mboga

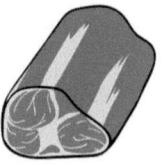

cig

nyama

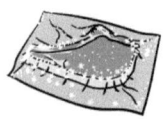

Bwyd wedi'i rewi

chakula waliohifadhiwa

cig oer

vipande vya nyama baridi

bwyd tun

chakula cha kopo

powdr golchi

sabuni ya unga

da-da

pipi

cynnyrch cartref

bidhaa za kaya

cynhyrchion glanhau

bidhaa za kusafisha

gwerthwraig

mtu mauzo

til

mpaka

ariannwr

keshia

rhestr siopa

orodha ya manunuzi

oriau agor

masaa ya ufunguzi

waled

mkoba

cerdyn credyd

kadi

bag

mfuko

bag plastig

mfuko wa plastiki

dŵr
......
maji

sudd
......
sharubati

llefrith
......
maziwa

côc
......
coke

gwin
......
mvinyo

cwrw
......
bia

alcohol
......
pombe

coco
......
kakao

te
......
chai

coffi
......
kahawa

espresso
......
spreso

cappuccino
......
kapuchino

banana

ndizi

afal

tufaha

oren

machungwa

melon

tikiti

lemwn

lemon

moronen

karoti

garlleg

kitunguu saumu

bambŵ

mianzi

nionyn

kitunguu

madarchen

uyoga

cnau

karanga

nwdls

nudo

sbageti

spageti

reis

mpunga

salad

saladi

sglodion

vibanzi

tatws wedi'u ffrïo

viazi vya kukaanga

pitsa

piza

hambyrger

hambaga

brechdan

sandwichi

cytled

kipande

ham

paja la mnyama

salami

salami

selsig

soseji

cyw iâr

kuku

rhost

choma

pysgodyn

samaki

ceirch uwd

oats ya uji

miwsli

muesli

creision ŷd

cornflakes

blawd

unga

croissant

kroisanti

bynsen

andazi

bara

mkate

tost

mkate wa kubanika

bisgedi

biskuti

menyn

siagi

ceuled

maziwa mgando

teisen

keki

wy

yai

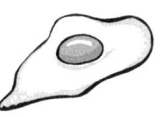

wy wedi'i ffrïo

yai kukaanga

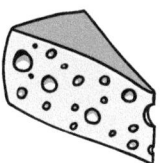

caws

jibini

hufen iâ

aiskrimu

siwgr

sukari

mêl

asali

jam

jemu

siocled taenu

kuenea kwa chokoleti

cyri

mchuzi wa viungo

fferm
shamba

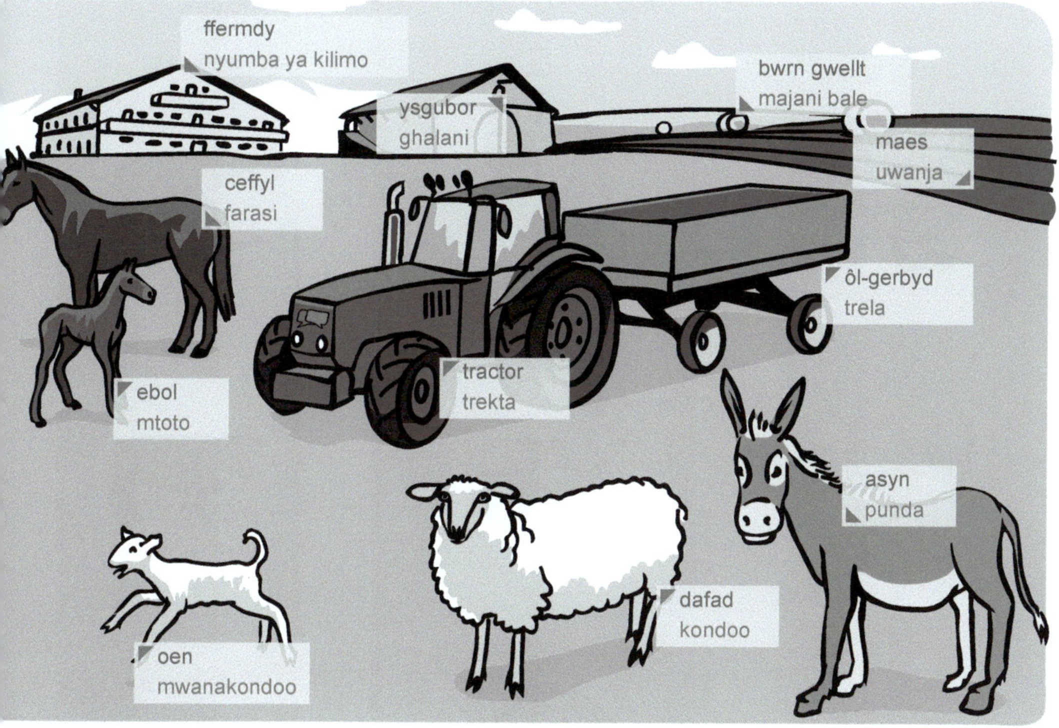
fermdy
nyumba ya kilimo
ysgubor
ghalani
bwrn gwellt
majani bale
maes
uwanja
ceffyl
farasi
ôl-gerbyd
trela
ebol
mtoto
tractor
trekta
asyn
punda
dafad
kondoo
oen
mwanakondoo

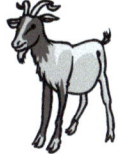

gafr

mbuzi

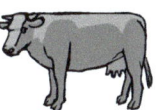

buwch

ng'ombe

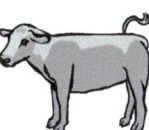

llo

ndama

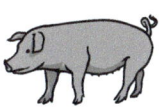

mochyn

nguruwe

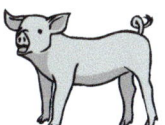

porchell

mwananguruwe

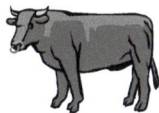

tarw

fahali

gwydd

batabukini

hwyaden

bata

cyw

kifaranga

iâr

kuku

ceiliog

jogoo

llygoden fawr

panya

cath

paka

llygoden

panya

ych

ng'ombe

ci

mbwa

cwt ci

nyumba ya mbwa

pibell ddŵr

bomba la bustani

can dŵr

debe la kumwagilia maji

pladur

fyekeo

aradr

kulima

cryman

mundu

fforch chwynu

jembe

picwarch

uma wa nyasi

bwyell

shoka

berfa

toroli

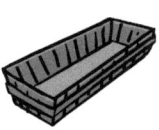

cafn

kupitia nyimbo

tun llefrith

chombo cha maziwa

sach

gunia

ffens

ua

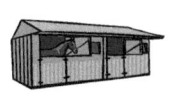

stabl

imara

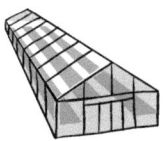

tŷ gwydr

chafu

pridd

udongo

hedyn

mbegu

gwrtaith

mbolea

dyrnwr medi

kivunaji

cynaeafu

mavuno

cynhaeaf

mavuno

iamau

viazi vikuu

gwenith

ngano

soi

soya

tysen

viazi

grawn

mahindi

had rêp

rapa

coeden ffrwythau

mti wa matunda

manioc

muhogo

grawnfwydydd

nafaka

tŷ
nyumba

simnai
chimni
to
paa
peipen law
bomba la maji ya mvua
ffenestr
dirisha
garej
gareji
cloch y drws
kengele ya mlangoni
drws
mlango
bin sbwriel
pipa la taka
blwch post
sanduku la barua
gardd
bustani

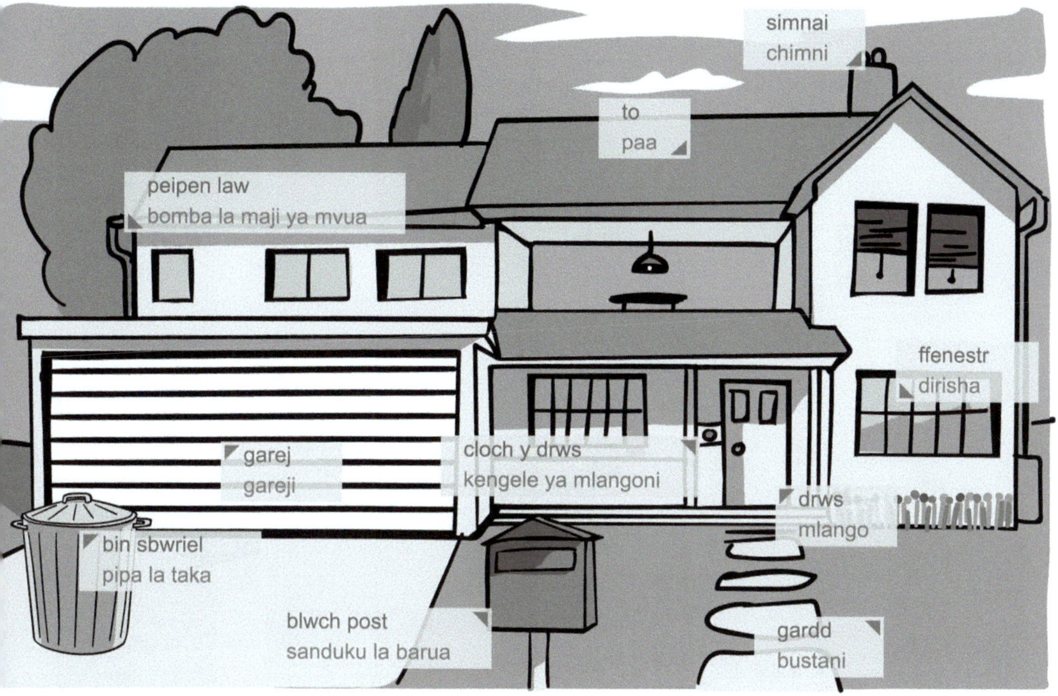

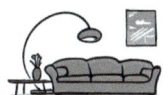

lolfa

sebuleni

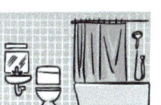

ystafell ymolchi

bafu

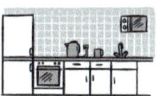

cegin

jikoni

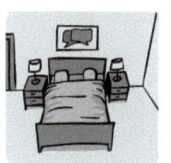

ystafell wely

chumba cha kulala

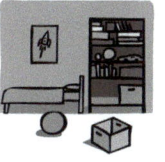

ystafell plentyn

chumba ya mtoto

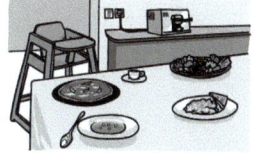

ystafell fwyta

chumba cha kulia

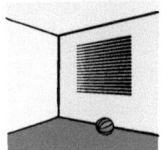

llawr

sakafu

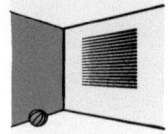

wal

ukuta

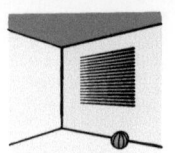

nenfwd

dari

seler

pishi

sawna

sauna

balconi

roshani

teras

mtaro

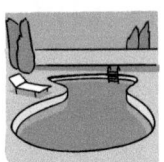

pwll

kidimbwi

peiriant torri gwair

mashine ya kukata nyasi

taflen

karatasi

gorchudd gwely

kitambaa cha kupamba kitanda

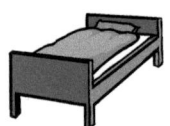

gwely

kitanda

ysgub

ufagio

bwced

ndoo

swits

kubadili

lolfa
sebuleni

papur wal
mandhari
llun
picha
lamp
taa
silff
rafu
cwpwrdd
kabati
teledu
televisheni/runinga
lle tân
mekoni
blodyn
ua
clustog
mto
soffa
sofa
fâs
chombo cha maua
rheolydd o bell
kitenzambali

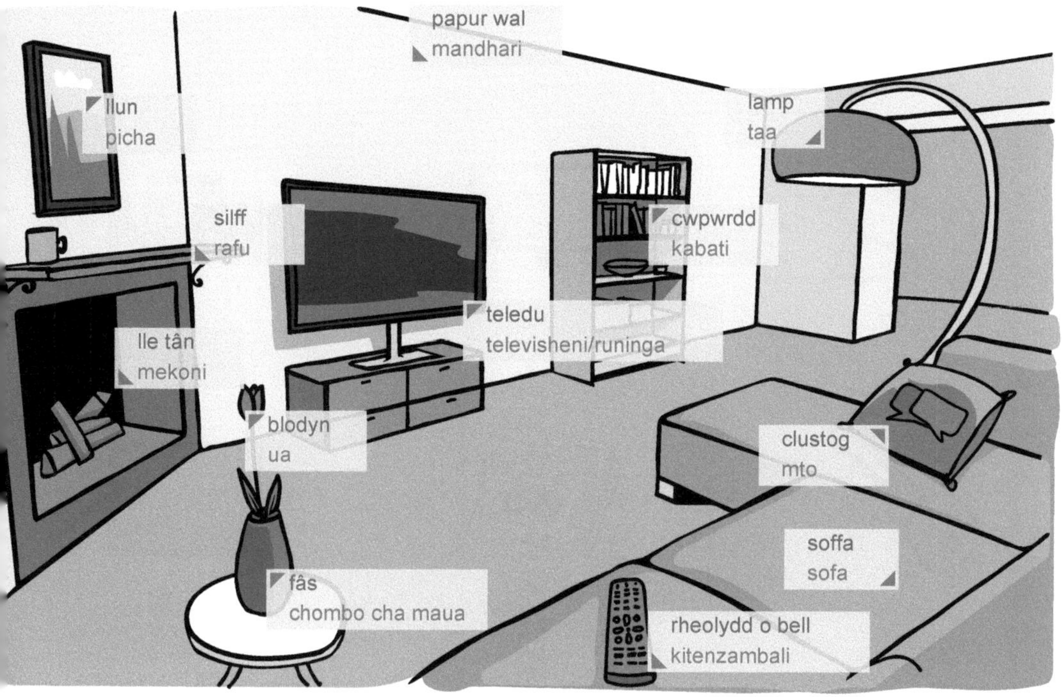

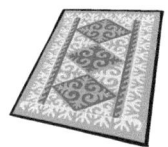

carped

zulia

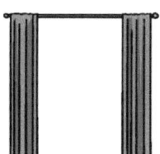

llen

pazia

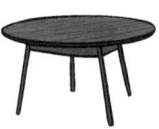

bwrdd

meza

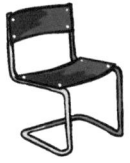

cadair

kiti

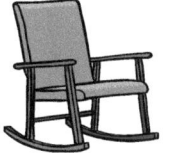

cadair siglo

kiti cha bembea

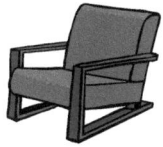

cadair freichiau

armchair

llyfr
kitabu

blanced
blanketi

addurn
mapambo

coed tân
kuni

ffilm
filamu

hi-fi
kifaa cha hi-fi

agoriad
ufunguo

papur newydd
gazeti

darlun
uchoraji

poster
bango

radio
redio

llyfr nodiadau
daftari

hwfer
kifyonza

cactws
dungusi kakati

cannwyll
mshumaa

cegin
jikoni

oergell
jokofu
popty micro-don
kikanza
clorian gegin
wadogo jikoni
tostiwr
kibaniko
gwlybwr
sabuni
popty
stovu
rhewgist
friza
bin sbwriel
pipa la taka
peiriant golchi llestri
mashine ya kuoshea vyombo

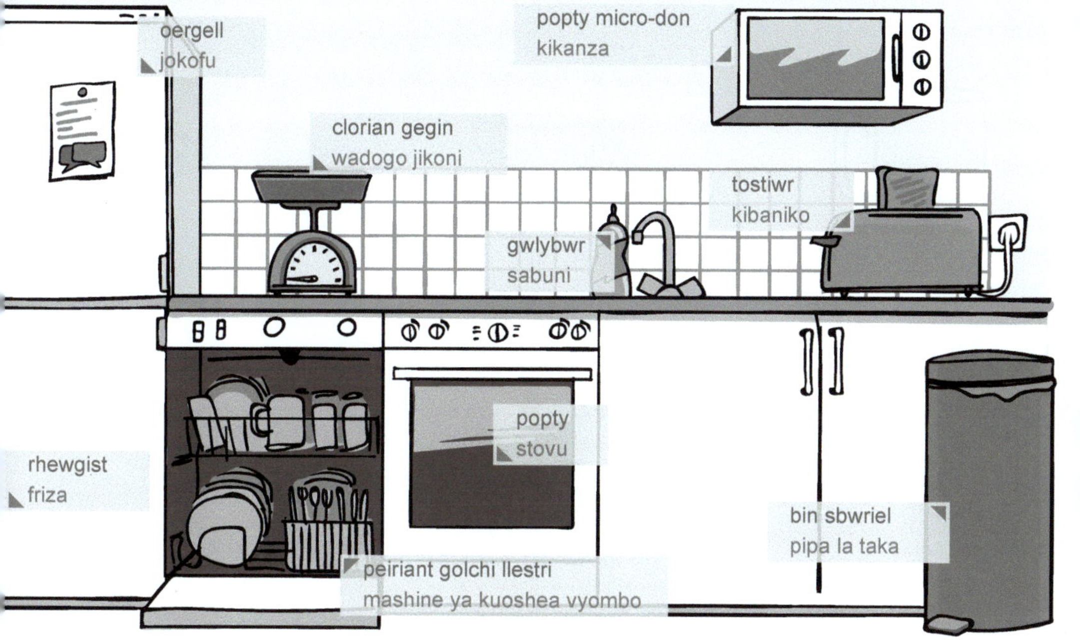

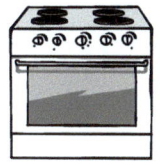

popty
....
jiko la kupika

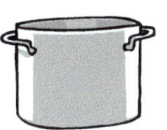

pot
....
chungu

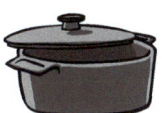

pot haearn bwrw
....
sufuria ya chuma

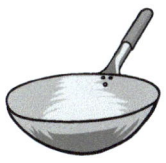

wok / kadai
....
wok / kadai

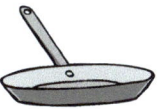

padell
....
kaango

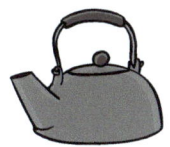

tegell
....
birika

sosban stemio

stima

hambwrdd pobi

sinia ya kuoka

llestri

vyombo vya udongo

mwg

kombe

powlen

bakuli

gweill bwyta

vijiti vya kulia

lletwad

ukawa

ysbodol

mwiko mpana

chwisg

burashi

hidlydd

kichujio

gogr

chujio

gratiwr

mbuzi

morter

chokaa

barbeciw

barbeque

tân agored

moto wazi

bwrdd torri cig

ubao wa majaribio

rholbren

kijiti cha kusukuma unga

tynnwr corcyn

kizibuo

tun

kopo

peth agor tuniau

inaweza kopo

clwt pot

kishikio cha chungu

sinc

karo

brws

brashi

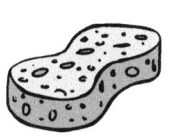

sbwng

sifongo

peiriant cymysgu

kisagaji matunda

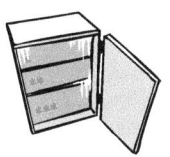

rhewgell

friji ya kina

potel babi

chupa ya mtoto

tap

bomba

ystafell ymolchi

bafu

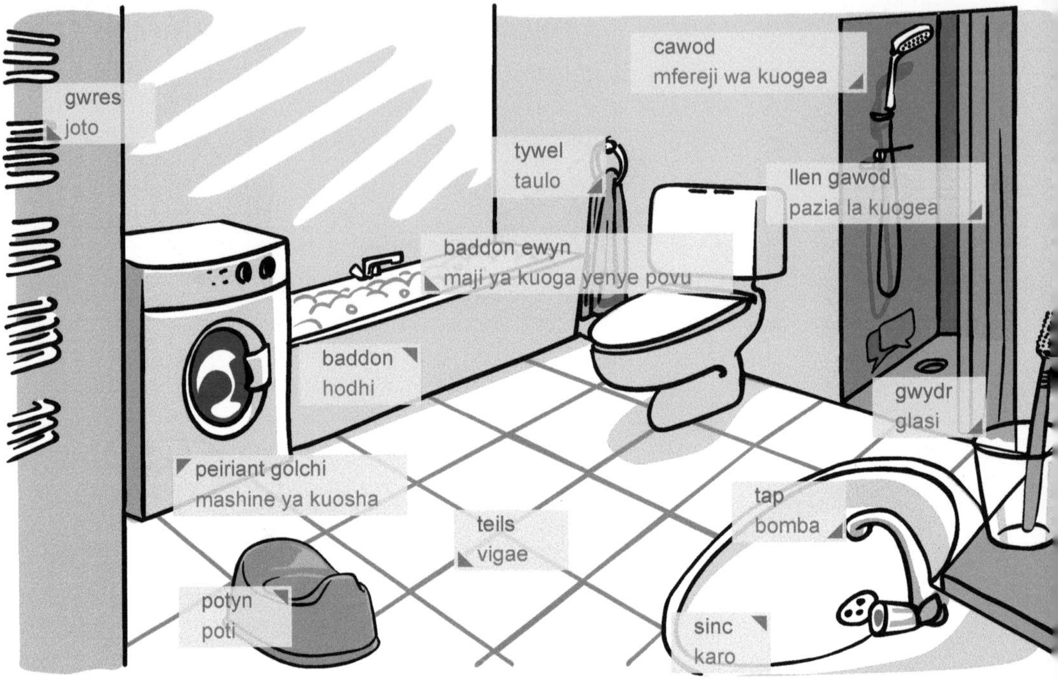

gwres
joto
cawod
mfereji wa kuogea
tywel
taulo
llen gawod
pazia la kuogea
baddon ewyn
maji ya kuoga yenye povu
baddon
hodhi
gwydr
glasi
peiriant golchi
mashine ya kuosha
teils
vigae
tap
bomba
potyn
poti
sinc
karo

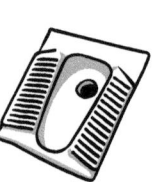

tŷ bach

choo

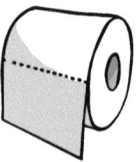

toiled cyrcydu

choo cha squat

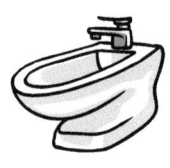

bidet

beseni la mviringo

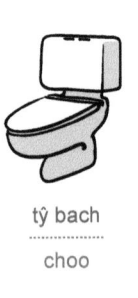

troethfa

choo cha umma

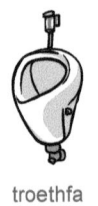

papur tŷ bach

shashi

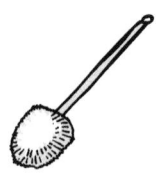

brws tŷ bach

brashi ya choo

brws dannedd

mswaki

past dannedd

dawa ya meno

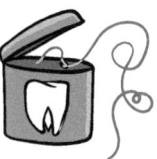

edau ddannedd

dawa ya meno

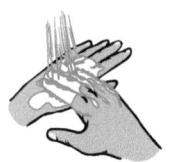

golchi

safisha

cawod llaw

kuoga mkono

golchfa

msukumo wa maji

basn

bonde

brws-ôl

mpako wa pili

sebon

sabuni

gel cawod

jeli ya kuogea

siampŵ

shampuu

gwlanen

flana

ffos

toa maji

hufen

krimu

diaroglydd

kiondoa harufu

drych
kioo

drych llaw
kioo mkono

rasel
kinyozi

ewyn eillio
povu la kunyoa

sent eillio
baada ya kunyoa

crib
kichana

brws
brashi

sychwr gwallt
kikausha nywele

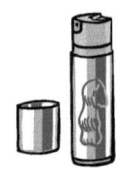

chwistrell gwallt
marashi ya nyewele

colur
vipodozi

minlliw
kidomwa

farnais ewinedd
varnish ya msumari

gwlân cotwm
pamba

siswrn ewinedd
mkasi wa kucha

persawr
manukato

bag ymolchi

mkoba wa kuosha

stôl

kinyesi

clorian

mizani

gŵn baddon

nguo ya kuoga

menig rwber

glavu za mpira

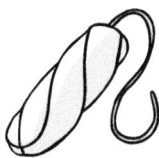

tampon

kisodo

tywel misglwyf

sodo

toiled cemegol

kemikali choo

ystafell plentyn
chumba ya mtoto

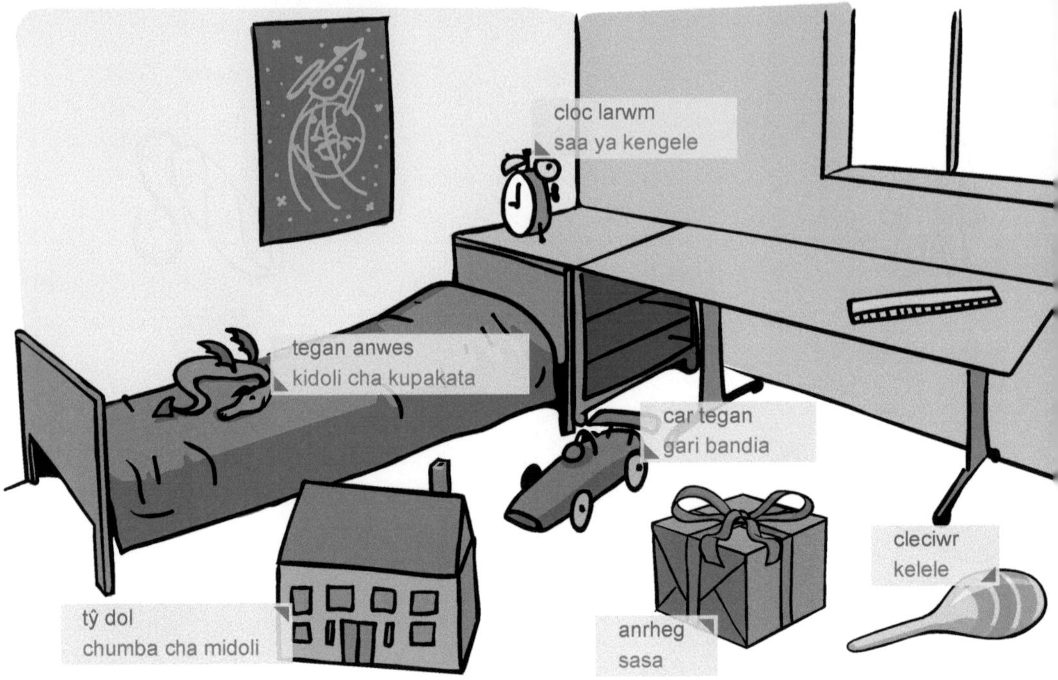

cloc larwm
saa ya kengele
tegan anwes
kidoli cha kupakata
car tegan
gari bandia
cleciwr
kelele
tŷ dol
chumba cha midoli
anrheg
sasa

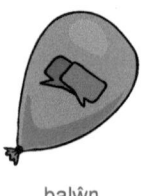

balŵn

baluni

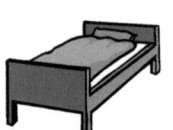

gwely

kitanda

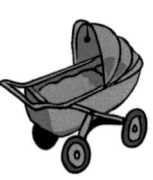

pram

mashua

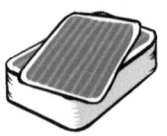

pecyn o gardiau

staha ya kadi

jig-so

mchezo-fumb

SUPER MEGA

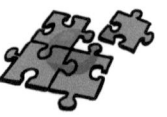

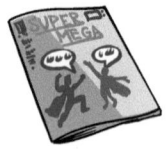

comic

vichekesho

brics Lego

matofali lego

blociau adeiladu

vitalu mwigo

ffigur gweithredu

hatua takwimu

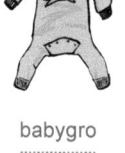

babygro

suti ya kulalia

ffrisbi

kisahani

symudyn

simu

gêm fwrdd

ubao wa michezo

deis

kete

set model trên

garimoshi mwigo

teth lwgu

dummy

parti

chama

llyfr lluniau

picha kitabu

pêl

mpira

dol

kikaragosi

chwarae

kucheza

pwll tywod

shimo la mchanga

swing

bembea

teganau

vitu bandia

consol gemau fideo

kiweko cha video ya mchezo

beic tair olwyn

baiskeli ya magurudumu

tedi

mwanasesere

cwpwrdd dillad

kabati

matatu

dillad

nguo

hosanau

soksi

hosanau

stokingi

teits

kibano

sgarff
skafu

gwregys
ukanda

ymbarél
mwavuli

crys-t
fulana

esidiau ymarfer
wakufunzi

esgidiau
viatu

sliperi
ndara

sandalau	esgidiau	esgidiau rwber
malapa	viatu	mabuti ya mpira

trôns	bra	fest
suruali ya ndani	sidiria	fulana

corff

mwili

trowsus

suruali

jîns

dangirizi

sgert

sketi

blows

blauzi

crys

shati

pwlofer

vuta

hwdi

sweta

blaser

bleza

siaced

jaketi

côt

koti

côt law

koti la mvua

gwisg

maleba

gŵn

gauni

gwisg briodas

mavazi ya harusi

siwt

suti

gŵn nos

vazi la usiku

pyjamas

pajama

sari

sari

sgarff pen

skafu

tyrban

kilemba

bwrca

burka

cafftan

kaftan

abaya

abaya

gwisg nofio

vazi la kuogelea

trowsus nofio

vazi la kiume la kuogelea

siorts

kaptura

tracwisg

teitei

ffedog

aproni

menig

glavu

botwm

kifungo

sbectol

glasi

breichled

bangili

cadwyn

mkufu

modrwy

pete

clustdlws

herini

cap

kofia

cambren

kiango cha koti

het

kofia

tei

tai

sip

zipu

helmed

kofia

fframiau danedd

kanda za suruali

gwisg ysgol

sare za shule

gwisg

sare

bib
bibu

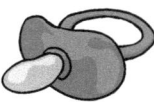

teth lwgu
dummy

cewyn
nepi

swyddfa
ofisi

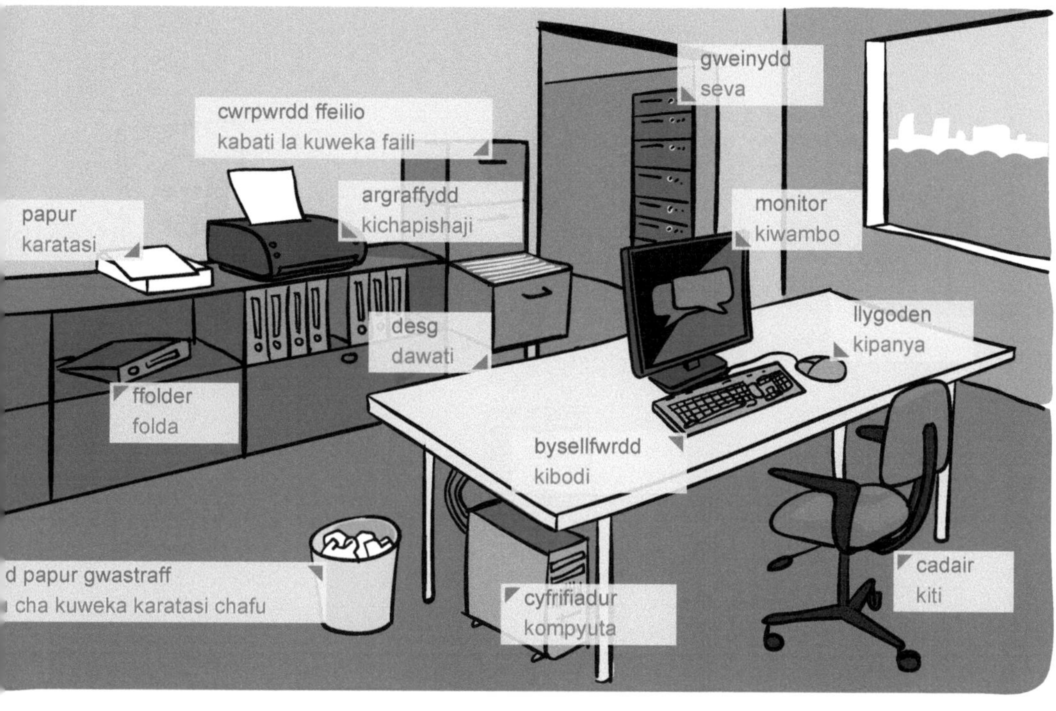

gweinydd
seva

cwrpwrdd ffeilio
kabati la kuweka faili

argraffydd
kichapishaji

monitor
kiwambo

papur
karatasi

desg
dawati

llygoden
kipanya

ffolder
folda

bysellfwrdd
kibodi

d papur gwastraff
cha kuweka karatasi chafu

cyfrifiadur
kompyuta

cadair
kiti

mwg coffi
kmobe la kahawa

cyfrifiannell
kikokotoo

rhyngrwyd
biashara

gliniadur

mbali

llythyr

barua

neges

ujumbe

ffôn symudol

rununu

rhwydwaith

intaneti

llungopïwr

fotokopia

meddalwedd

programu

teleffon

simu

soced plwg

soketi

peiriant ffacs

kipepesi

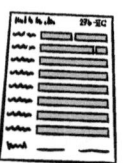

ffurflen

fomu

dogfen

hati

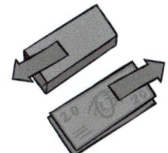

prynu

kununua

talu

kulipa

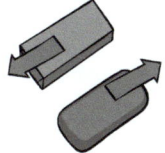

masnachu

biashara

arian

fedha

doler

dola

ewro

yuro

yen

yeni

rwbl

rouble

ffranc y Swistir

faranga ya Uswisi

yuan renminbi

renminbi yuan

rwpi

rupia

peiriant arian

eneo la kulipia

swyddfa gyfnewid

ofisi ya ubadilishanaji

aur

dhahabu

arian

fedha

olew

mafuta

ynni

nishati

pris

bei

contract

mkataba

treth

kodi

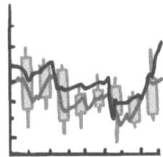

stoc

bidhaa

gweithio

kazi

cyflogai

mfanyakazi

cyflogwr

mwajiri

ffatri

kiwanda

siop

duka

swyddi
kazi

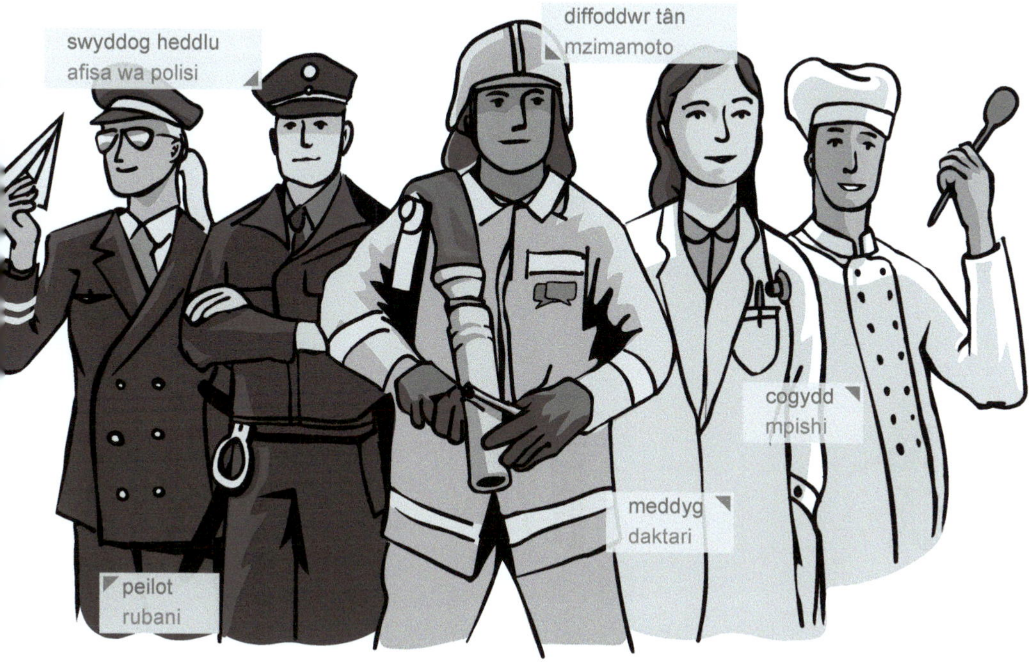
swyddog heddlu
afisa wa polisi
diffoddwr tân
mzimamoto
cogydd
mpishi
meddyg
daktari
peilot
rubani

garddwr

mtunza bustani

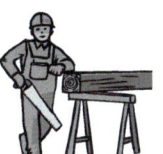

saer

seremala

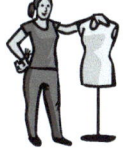

gwniadwraig

mshonaji

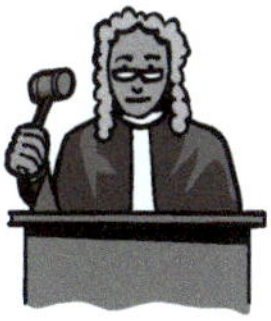

barnwr

hakimu

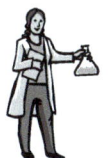

fferyllydd

mwanakemia

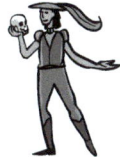

actor

muigizaji

gyrrwr bws

dereva wa basi

gyrrwr tacsi

dereva wa teksi

pysgotwr

mvuvi

glanhawraig

mwanamke wa kusafisha

töwr

mwezekaji

gweinydd

mhudumu

heliwr

mwindaji

paentiwr

mchoraji

pobydd

mwokaji

trydanwr

umeme

adeiladwr

mjenzi

peiriannydd

mhandisi

cigydd

mchinjaji

plymiwr

fundi bomba

dyn y post

mwanaposta

milwr

mwanajeshi

pensaer

msanifu majengo

ariannwr

keshia

gwerthwr blodau

muuza maua

triniwr gwallt

msusi

archwiliwr tocynnau
rheilffordd

kondakta

mecanydd

mekanika

capten

nahodha

deintydd

daktari wa meno

gwyddonydd

mwanasayansi

rabi

rabbi

imam

imamu

mynach

mtawa

clerigwr

kasisi

offer

zana

gefail
koleo
morthwyl
nyundo
tyrnsgriw
bisibisi
fflashlamp
kurunzi
sbaner
spana

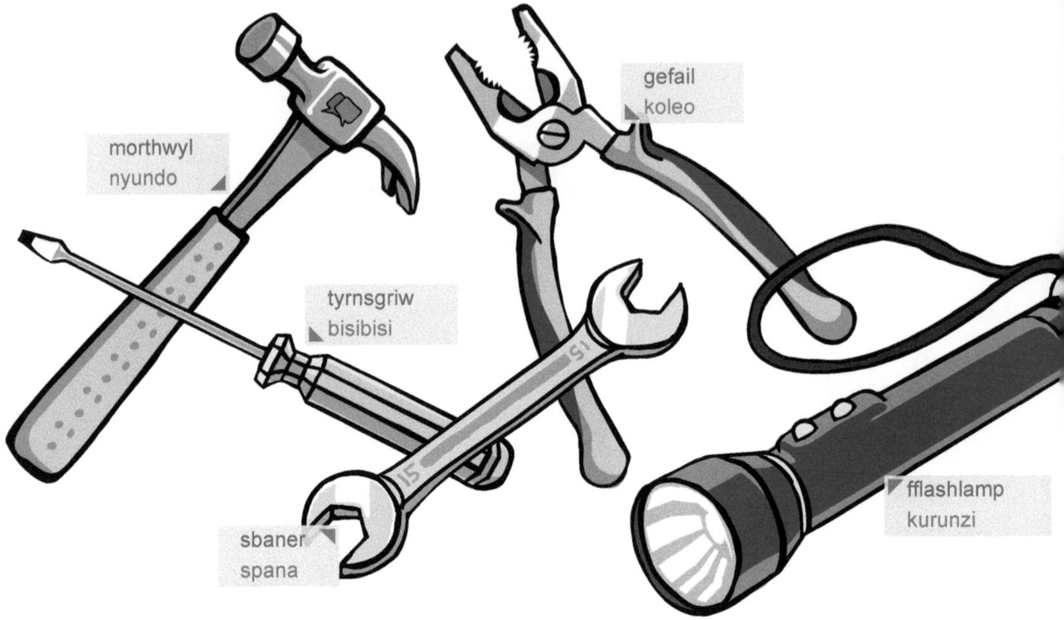

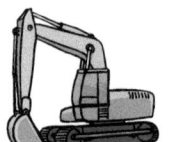

turiwr

mchimbaji

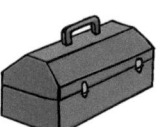

blwch offer

sanduku la vifaa

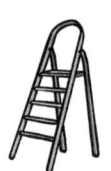

ysgol

ngazi

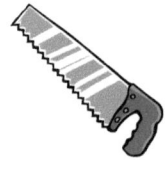

llif

msumeno

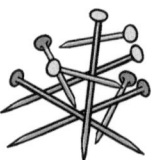

hoelion

misumari

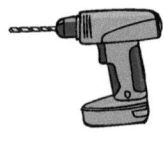

dril

kuchimba visima

trwsio

kukarabati

rhaw

sepetu

Daria!

Lo!

rhaw lwch

kishikio cha uchafu

pot paent

chungu cha rangi

sgriwiau

skurubu

offerynnau cerdd
ala za muziki

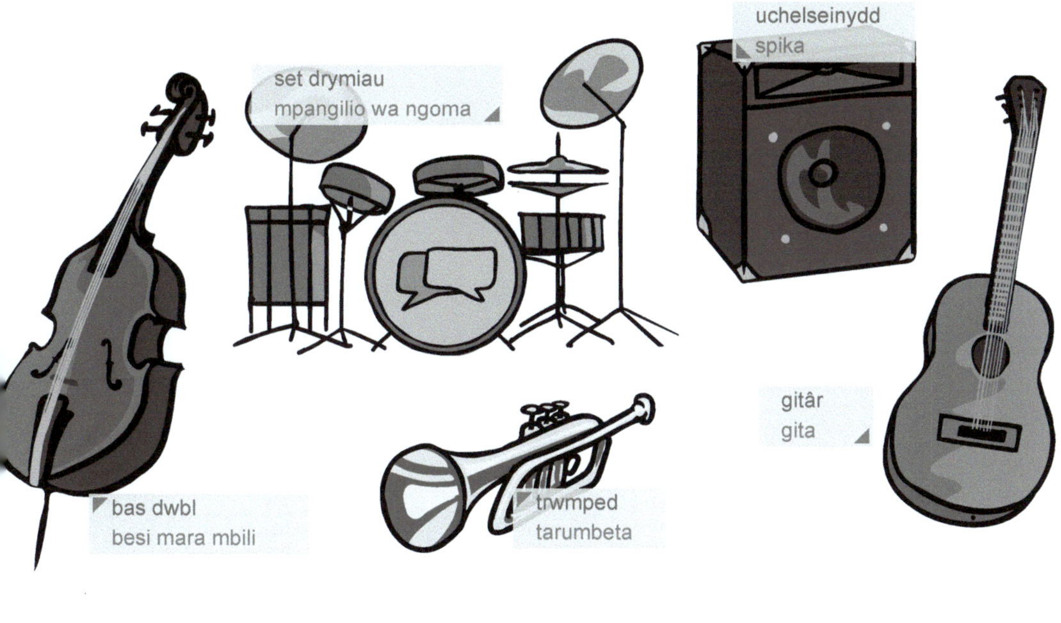

set drymiau
mpangilio wa ngoma

uchelseinydd
spika

gitâr
gita

bas dwbl
besi mara mbili

trwmped
tarumbeta

piano

piano

ffidil

fidla

bas

ubeji

timpani

timpani

drymiau

ngoma

cyweirfwrdd

kibodi

sacsoffon

saksafoni

ffliwt

filimbi

meicroffon

maikrofoni

bustani ya wanyama

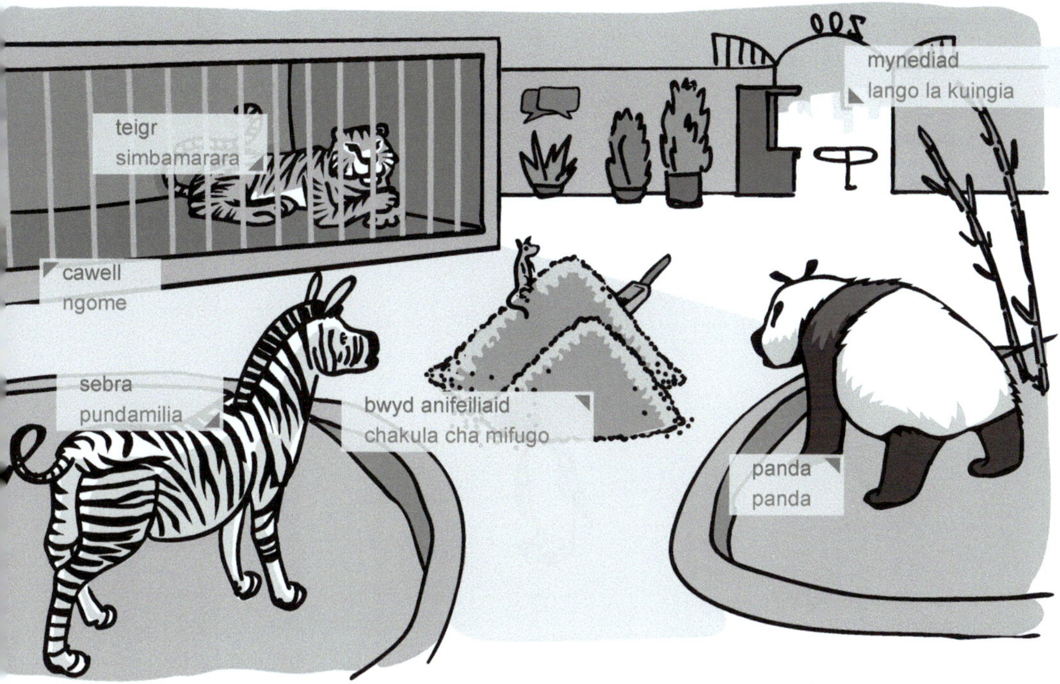
mynediad
lango la kuingia
teigr
simbamarara
cawell
ngome
sebra
pundamilia
bwyd anifeiliaid
chakula cha mifugo
panda
panda

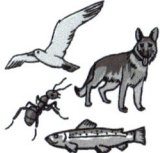

anifeiliaid

wanyama

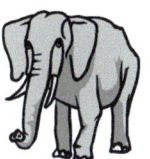

eliffant

tembo

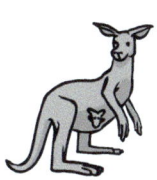

cangarŵ

kangaruu

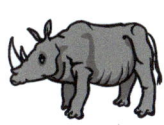

rhinoseros

kifaru

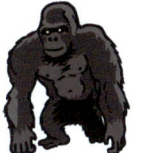

gorila

sokwe

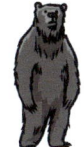

arth

dubu

camel

ngamia

estrys

mbuni

llew

simba

mwnci

tumbili

fflamingo

heroe

parot

kasuku

arth wen

dubu

pengwin

penguini

siarc

papa

paun

tausi

neidr

nyoka

crocodeil

mamba

gofalwr sŵ

mtunza wanyama

morlo

muhuri

jagwar

jaguar

merlyn

mwanafarasi

llewpard

chui

hipo

kiboko

jiráff

twiga

eryr

tai

baedd

nguruwe mwitu

pysgodyn

samaki

crwban

kobe

walrws

sili

llwynog

mbweha

gafrewig

paa

pêl-droed America
soka ya marekani

beicio
uendeshaji baiskeli

tennis
tenisi

pêl-fasged
mpira wa kikapu

nofio
kuogelea

bocsio
ndondi

hoci iâ
magongo ya barafuni

pêl-droed	badminton	athletau
soka	vinyoya	riadha

pêl-law	sgïo	polo
mpira wa mikono	skii	polo

chwerthin
cheka

neidio
kuruka

cofleidio
kumbatia

cerdded
kutembea

canu
kuimba

breuddwydio
ota ndoto

gweddïo
kuomba

cusanu
busu

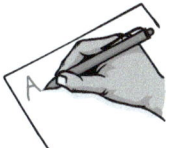

ysgrifennu

kuandika

arlunio

kuteka

dangos

angalia

gwthio

sukuma

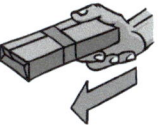

rhoi

kutoa

cymryd

kuchukua

bod gan

kuwa

gwneud

fanya

bod

kuwa

sefyll

kusimama

rhedeg

kukimbia

tynnu

vuta

taflu

kutupa

disgyn

kuanguka

gorwedd

hadaa

aros

kusubiri

cario

kubeba

eistedd

kukaa

gwisgo amdanoch

vaa nguo

cysgu

usingizi

deffro

kuamka

edrych ar
kuangalia

crïo
lia

anwesu
kiharusi

cribo
chana nywele

siarad
ongea

deall
kuelewa

gofyn
kuuliza

gwrando
kusikiliza

yfed
kunywa

bwyta
kula

tacluso
nadhifisha

caru
upendo

coginio
mpishi

gyrru
gari

hedfan
kuruka

hwylio

meli

cyfrifo

kokotoa

darllen

kusoma

dysgu

kujifunza

gweithio

kazi

priodi

kuoa

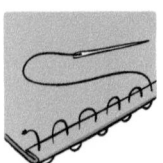

gwnïo

kushona

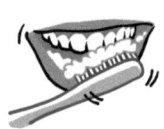

brwsio dannedd

piga mswaki

lladd

kuua

ysmygu

moshi

anfon

kutuma

nain
bibi

taid
babu

tad
baba

mam
mama

baban
mtoto

merch
binti

mab
bin

gwestai

mgeni

modryb

shangazi

ewythr

mjomba

brawd

kaka

chwaer

dada

corff

mwili

talcen
paji la uso
llygad
jicho
ysgwydd
bega
bys
kidole
wyneb
uso
gên
kidevu
llaw
mkono
coes
mguu
bron
matiti
braich
mkono

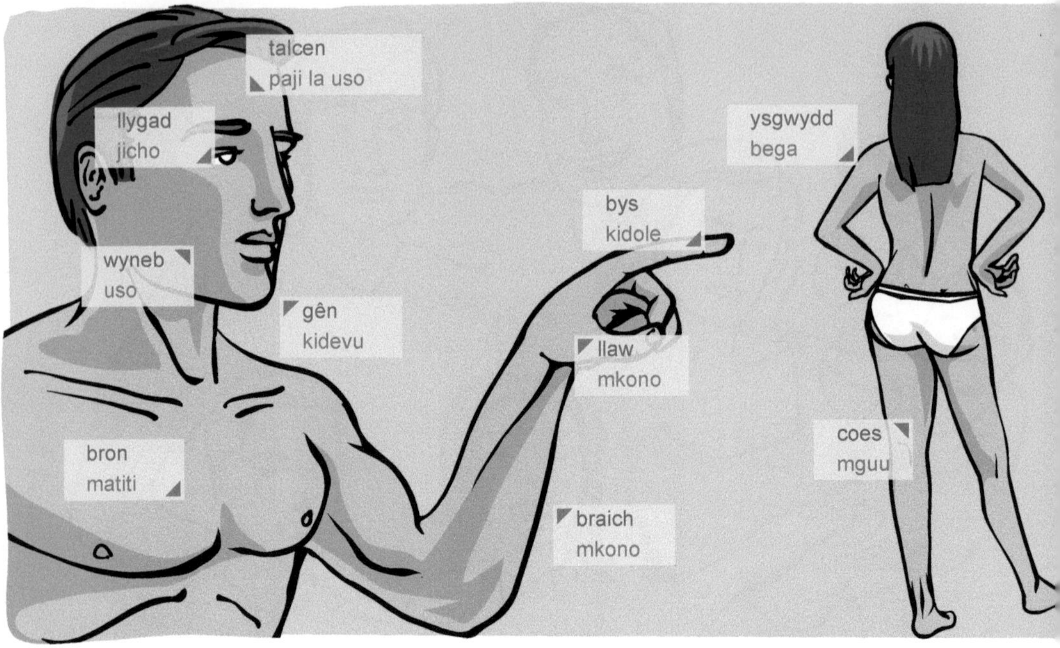

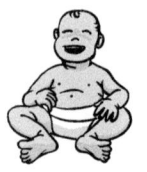

baban

mtoto

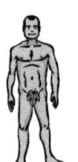

dyn

mwanamume

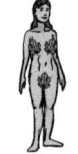

gwraig

mwanamke

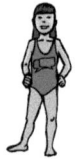

geneth

msichana

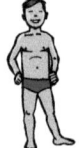

bachgen

mvulana

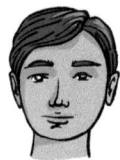

pen

kichwa

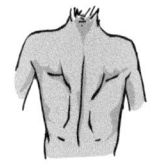

cefn
nyuma

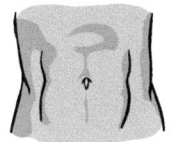

bel
tumbo

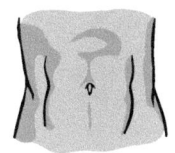

bogail
kitovu

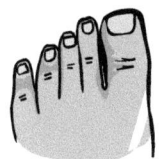

bys troed
chano

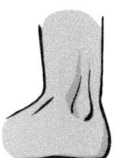

sawdl
kisigino

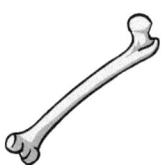

asgwrn
mfupa

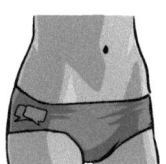

clun
nyonga

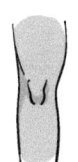

pen-glin
goti

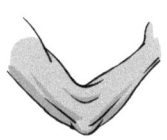

penelin
kiwiko

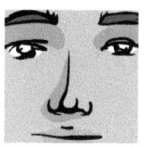

trwyn
pua

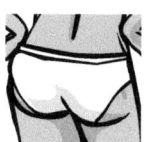

pen ôl
chini

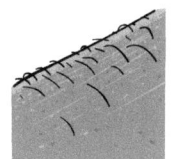

croen
ngozi

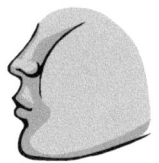

boch
shavu

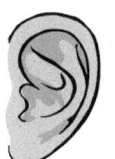

clust
sikio

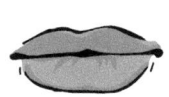

gwefus
mdomo

ceg

kinywa

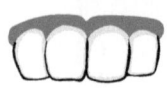

dant

jino

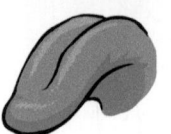

tafod

ulimi

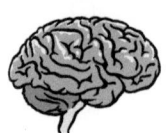

ymennydd

ubongo

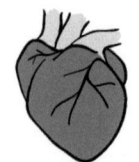

calon

moyo

cyhyr

misuli

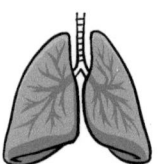

ysgyfaint

pafu

iau

ini

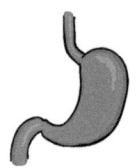

stumog

tumbo

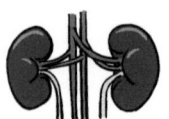

arennau

figo

rhyw

jinsia

condom

kondomu

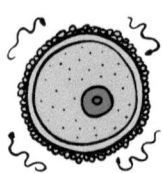

ofwm

ovari

semen

shahawa

beichiogrwydd

mimba

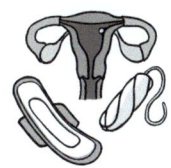

mislif
....
hedhi

fagina
....
uke

pidyn
....
uume

ael
....
unyusi

gwallt
....
nywele

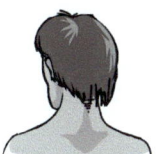

gwddf
....
shingo

corff - mwili

ysbyty
hospitali

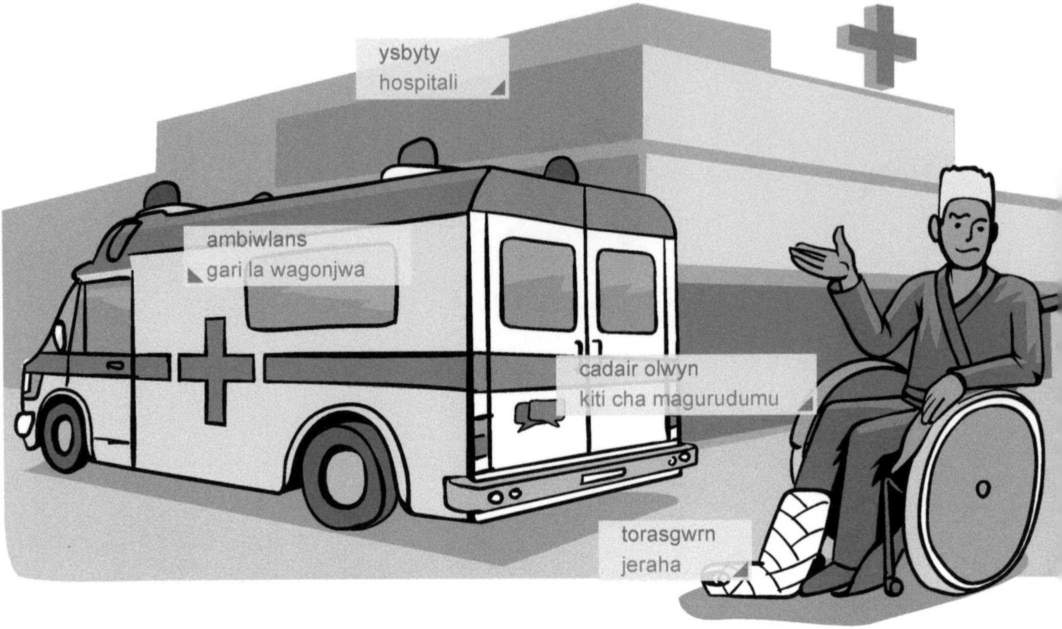

ysbyty
hospitali
ambiwlans
gari la wagonjwa
cadair olwyn
kiti cha magurudumu
torasgwrn
jeraha

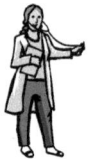

meddyg

daktari

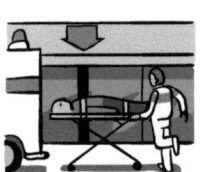

ystafell argyfwng

chumba cha dharura

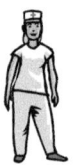

nyrs

muuguzi

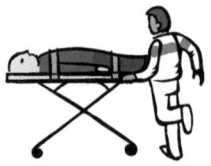

argyfwng

dharura

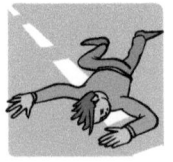

anymwybodol

kupoteza fahamu

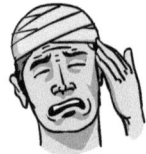

poen

maumivu

anaf

kuumia

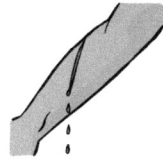

gwaedu

kutokwa na damu

trawiad ar y galon

mshtuko wa moyo

strôc

kiharusi

alergedd

mzio

peswch

kikohozi

twymyn

homa

ffliw

mafua

dolur rhydd

kuharisha

cur pen

maumivu ya kichwa

canser

kansa

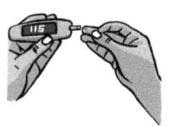

diabetes

ugonjwa wa kisukari

llawfeddyg

daktari mpasuaji

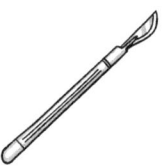

fflaim

kisu kidogo cha kupasulia

gweithrediad

operesheni

CT

picha changanufu ya mwili

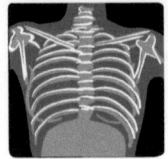

pelydr-x

Eksrei

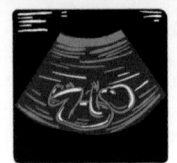

uwchsain

mawimbi sauti

mwgwd wyneb

barakoa ya uso

clefyd

ugonjwa

ystafell aros

chumba cha kusubiri

bagl

mkongojo

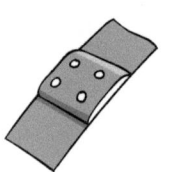

plastr

plasta

rhwymyn

bendeji

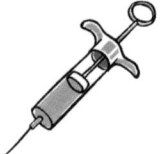

pigiad

sindano

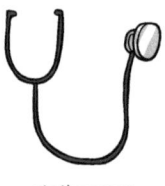

stethosgop

stetoskopu

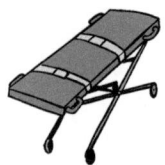

elorwely

machela

thermomedr clinigol

kipimajoto cha kliniki

genedigaeth

kuzaliwa

dros bwysau

unene kupita kiasi

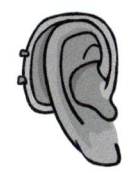

cymorth clyw
....
kusikia misaada

diheintydd
....
kipukusi

haint
....
maambukizi

firws
....
virusi

HIV / AIDS
....
VVU / UKIMWI

meddygaeth
....
dawa

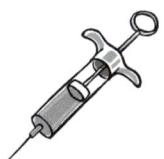

brechiad
....
chanjo

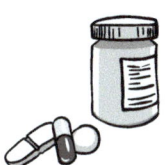

tabledi
....
vidonge

y bilsen
....
kidonge

galwad frys
....
simu ya dharura

monitor pwysau gwaed
....
haemodainamometa

yn sâl / yn iach
....
mgonjwa / mwenye afya

Help!

Msaada!

larwm

kengele

ymosodiad

pigo

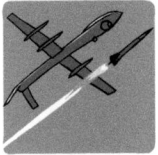

ymosodiad

shambulizi

perygl

hatari

allanfa argyfwng

lango la dharura

Tân!

Moto!

diffoddwr tân

kizima moto

damwain

ajali

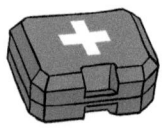

pecyn cymorth cyntaf

vifaa vya huduma ya kwanza

SOS

wito wa msaada

heddlu

polisi

Ewrop

Ulaya

Gogledd America

Amerika ya Kaskazini

De America

Amerika ya Kusini

Affrica

Afrika

Asia

Asia

Awstralia

Australia

Iwerydd

Atlantiki

y Môr Tawel

Pasifiki

Cefnfor yr India

Bahari ya Hindi

Cefnfor yr Antarctig

Bahari ya Antaktiki

Cefnfor yr Arctig

Bahari ya Aktiki

Pegwn y Gogledd

Ncha ya Kaskazini

Pegwn y De

Ncha ya Kusini

Antarctica

Antaktika

y Ddaear

dunia

tir

nchi

môr

bahari

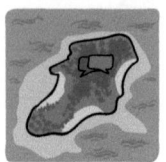

ynys

kisiwa

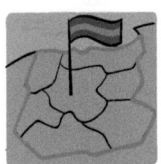

cenedl

taifa

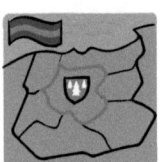

gwladwriaeth

jimbo

wyneb cloc

uso wa saa

bys awr

akrabu ya saa

bys munud

akrabu ya dakika

bys eiliad

akrabu ya sekunde

Faint o'r gloch yw hi?

Ni saa ngapi?

dydd

siku

amser

wakati

yn awr

sasa

cloc digidol

saa ya dijitali

munud

dakika

awr

saa

wythnos
wiki

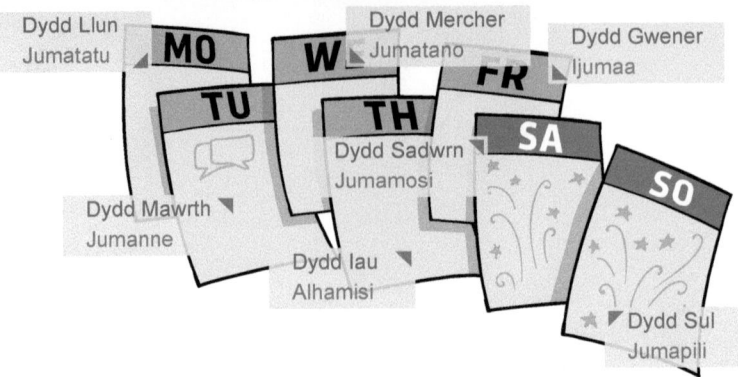

Dydd Llun
Jumatatu

Dydd Mercher
Jumatano

Dydd Gwener
Ijumaa

Dydd Sadwrn
Jumamosi

Dydd Mawrth
Jumanne

Dydd Iau
Alhamisi

Dydd Sul
Jumapili

ddoe

jana

heddiw

leo

yfory

kesho

bore

asubuhi

canol dydd

saa sita mchana

noswaith

jioni

diwrnodiau busnes

siku za biashara

penwythnos

mwishoni mwa wiki

blwyddyn
mwaka

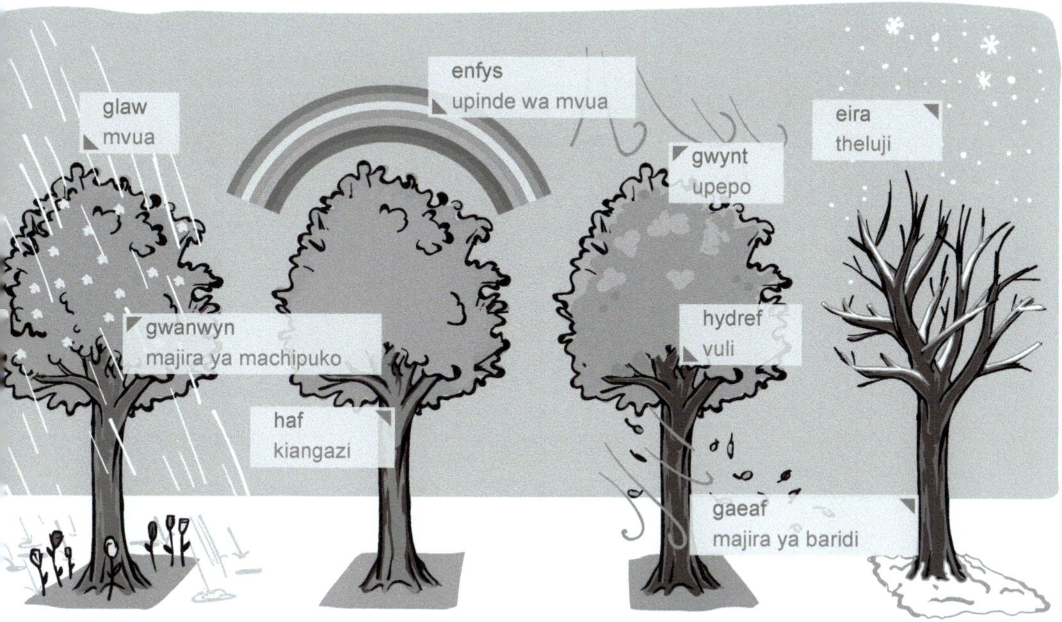
glaw
mvua
enfys
upinde wa mvua
gwynt
upepo
eira
theluji
gwanwyn
majira ya machipuko
haf
kiangazi
hydref
vuli
gaeaf
majira ya baridi

4.APRIL 11°
5.APRIL 4°
6.APRIL 13°
7.APRIL 8°
8.APRIL 10°

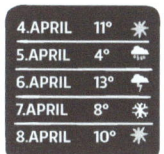

rhagolygon y tywydd

utabiri wa hali ya hewa

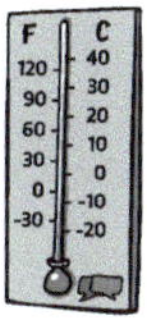
F
C
120
90
60
30
0
-30
40
30
20
10
0
-10
-20

thermomedr

kipimajoto

heulwen

mwanga wa jua

cwmwl

wingu

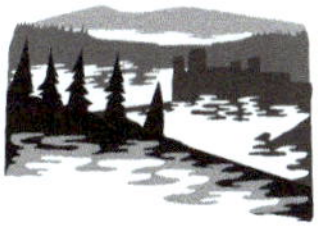

niwl tew

ukungu

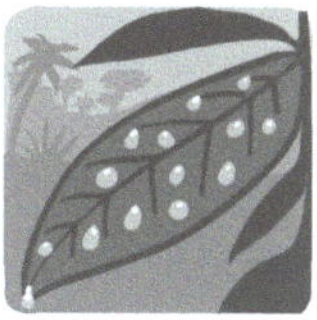

lleithder

unyevu

mellt

umeme

taranau

radi

storm

dhoruba

cenllysg

mvua ya mawe

monsŵn

monsuni

llif

mafuriko

iâ

barafu

Ionawr

Januari

Chwefror

Februari

Mawrth

Machi

Ebrill

Aprili

Mai

Mei

Mehefin

Juni

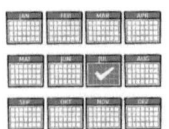

Gorffennaf

Julai

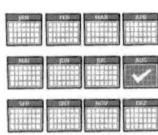

Awst

Agosti

Medi

Septemba

Hydref

Oktoba

Tachwedd

Novemba

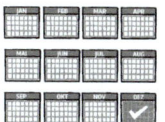

Rhagfyr

Desemba

cylch

mduara

sgwâr

mraba

petryal

mstatili

triongl

pembetatu

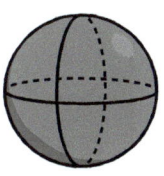

sffêr

nyanja

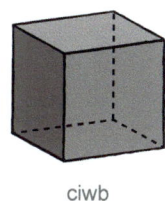

ciwb

mchemraba

gwyn

nyeupe

melyn

manjano

oren

chungwa

pinc

rangi ya waridi

coch

nyekundu

porffor

hudhurungi

glas

bluu

gwyrdd

kijani

brown

hanja

llwyd

jivujivu

du

nyeusi

llawer / ychydig

mengi / kidogo

dig / tawel

hasira / pole

hardd / hyll

nzuri / mbaya

dechrau / diwedd

mwanzo / mwisho

mawr / bach

kubwa / ndogo

llachar / tywyll

angavu / giza

brawd / chwaer

kaka / dada

glân / budr

safi / chafu

gyflawn / anghyflawn

kamilika / tokamilika

dydd / nos

siku / usiku

farw / yn fyw

wafu / hai

llydan / cul

pana / nyembamba

bwytadwy / anfwytadwy

kulika / kutolika

drwg / caredig

ovu / ema

llawn cyffro / diflasu

sisimkwa / udhika

tew / tenau

nene / nyembamba

cyntaf / olaf

kwanza / mwisho

cyfaill / gelyn

rafiki / adui

llawn / gwag

jaa / tupu

caled / meddal

ngumu / laini

trwm / ysgafn

nzito / nyepesi

wedi newynnu / yn sychedig

njaa / kiu

yn sâl / yn iach

mgonjwa / mwenye afya

anghyfreithlon / cyfreithiol

haramu / kisheria

deallus / twp

akili / kijinga

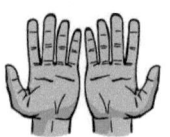

chwith / dde

kushoto / kulia

agos / pell

karibu / mbali

newydd / wedi'i ddefnyddio

mpya / kutumika

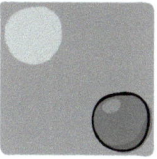

dim / rhywbeth

kitu / jambo

hen / ifanc

zee / changa

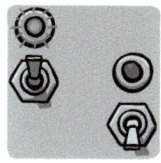

ymlaen / i ffwrdd

waka / zima

ar agor / ar gau

wazi / fungwa

tawel / uchel

utulivu / kelele

cyfoethog / tlawd

tajiri / masikini

cywir / anghywir

sahihi / kosa

garw / llyfn

mbaya / laini

trist / hapus

huzunika / furahia

byr / hir

fupi /ndefu

araf / cyflym

polepole / haraka

gwlyb / sych

nyevu / kavu

cynnes / claear

joto / baridi

rhyfel / heddwch

vita / amani

0

sero

sufuri

1

un

moja

2

dau

mbili

3

tri

tatu

4

pedwar

nne

5

pump

tano

6

chwech

sita

7

saith

saba

8

wyth

nane

9

naw

tisa

10

deg

kumi

11

un deg un

kumi na moja

12
un deg dau

kumi na mbili

13
un deg tri

kumi na tatu

14
un deg pedwar

kumi na nne

15
un deg pump

kumi na tano

16
un deg chwech

kumi na sita

17
un deg saith

kumi na saba

18
un deg wyth

kumi na nane

19
un deg naw

kumi na tisa

20
dau ddeg

ishirini

100
cant

mia

1.000
mil

elfu

1.000.000
miliwn

milioni

Saesneg

Kiingereza

Saesneg America

Kiingereza cha Marekani

Tsieinëeg Mandarin

Kimandarini cha Uchina

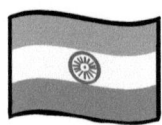

Hindi

Kihindi

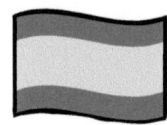

Sbaeneg

Kihispania

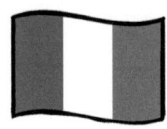

Ffrangeg

Kifaransa

Arabeg

Kiarabu

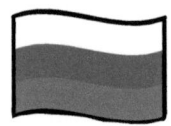

Rwseg

Kirusi

Portiwgaleg

Kireno

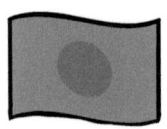

Bengali

Kibengali

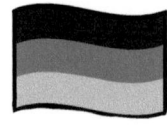

Almaeneg

Kijerumani

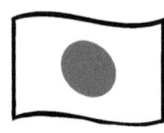

Siapanaeg

Kijapani

fi

mimi

ti

wewe

ef / hi

yeye / yeye / ni

ni

sisi

chi

wewe

nhw

wao

pwy?

nani?

beth?

nini?

sut?

jinsi gani?

ble?

wapi?

pryd?

lini?

enw

jina

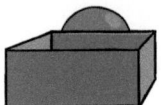

y tu ôl i

nyuma

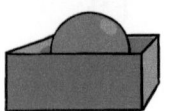

yn / yng / ym / mewn

katika

o flaen

mbele ya

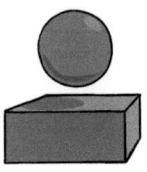

dros

juu ya

ar

kwenye

dan

chini ya

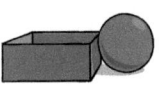

wrth ochr

kando

rhwng

kati

lle

mahali